റുബായിയത്ത്

rubaiyat

•

omar khayam

•

translation
dr. munjinadu padmakumar

•

first edition
june 2015

•

typesetting
greenline publication thiruvananthapuram

•

published
chintha publishers, thiruvananthapuram

•

printed at
Repro India Ltd, Mumbai.

•

cover
midas

•

price
rupees fifty only

വിതരണം

ദേശാഭിമാനി ബുക്ക് ഹൗസ്

H O തിരുവനന്തപുരം-695 035
phone: 0471-2303026, 6063026
www.chinthapublishers.com
chinthapublishers@gmail.com

ബ്രാഞ്ചുകൾ

ഹെഡ്ഡാഫീസ് ബ്രാഞ്ച് കുന്നുകുഴി • സ്റ്റാച്യു തിരുവനന്തപുരം • കെ എസ് ആർ ടി സി ബസ് സ്റ്റേഷൻ ആലപ്പുഴ • കെ എസ് ആർ ടി സി ബസ് സ്റ്റേഷൻ എറണാകുളം • ചിറ്റൂർ റോഡ് എറണാകുളം • മച്ചിങ്ങൽ ലെയിൻ തൃശൂർ • ഐ ജി റോഡ് കോഴിക്കോട് • മാവൂർ റോഡ് കോഴിക്കോട് • എൻ ജി ഒ യൂണിയൻ ബിൽഡിങ് കണ്ണൂർ • സെൻട്രൽ ബസ് ടെർമിനൽ കോംപ്ലക്സ് താവക്കര കണ്ണൂർ

CO - 2215 / 3688

റുബായിയത്ത്

ഒമർ ഖയ്യാം

സ്വതന്ത്ര പരിഭാഷ

ഡോ. മുഞ്ഞിനാട് പത്മകുമാർ

ചിന്ത പബ്ലിഷേഴ്സ്
തിരുവനന്തപുരം-695 035
വില : ₹ 50

മുഞ്ഞിനാട് പത്മകുമാർ

എം കെ ഗോപിനാഥൻനായരുടെയും എൻ വിജയമ്മയുടെയും മകൻ.

മലയാളത്തിൽ ബിരുദാനന്തരബിരുദവും രമണമഹർഷിയുടെ ആദ്ധ്യാത്മിക ജീവിതത്തെ അടിസ്ഥാനമാക്കിയുള്ള പഠനത്തിന് ഡോക്ടറേറ്റും ലഭിച്ചു.

കവിത, യാത്ര, സംഗീതം, വിമർശനം, വിവർത്തനം എന്നീ മേഖലകളിലായി മുപ്പതോളം കൃതികൾ പ്രസിദ്ധീകരിച്ചു.

ആശാൻ പുരസ്കാരം (2009), കാഴ്ച തിരക്കഥ പുരസ്കാരം (2011), കെ പി അപ്പൻ പുരസ്കാരം (2012) എന്നിവ നേടിയിട്ടുണ്ട്.

ഭാര്യ : മിനി എസ്

മകൾ : പി ദേവികൃഷ്ണ

വിലാസം : നീലാംബരി, ശ്രീവിലാസം നഗർ

വടക്കേവിള പി ഒ, കൊല്ലം - 691 010

ഒമർ ഖയ്യാം (1048–1131)

പേർഷ്യൻ ഗണിത ശാസ്ത്രജ്ഞൻ, വാനശാസ്ത്രജ്ഞൻ, തത്ത്വജ്ഞാനി, കവി എന്നീ നിലകളിൽ ലോകപ്രശസ്തൻ. സമർഖണ്ഡിൽ വിദ്യാഭ്യാസം കഴിഞ്ഞ് ഖുഖരയിലേക്കു പോയി. അവിടെ അദ്ദേഹം മദ്ധ്യകാലഘട്ടത്തിലെ ഏറ്റവും മികച്ച ഗണിത ശാസ്ത്രജ്ഞനും അസ്ട്രോളജറും എന്ന ഖ്യാതി നേടി. *ട്രീറ്റെഡ് ഓൺ ഡെമോൺസ്ട്രേഷൻ ഓൺ ആൾജിബ്ര* എന്ന ഗ്രന്ഥം (1070) എഴുതി. കലണ്ടർ പരിഷ്ക്കരണത്തിനും അദ്ദേഹം സംഭാവന നല്കി. നിഷാപൂരിൽ അദ്ദേഹം ദശാബ്ദങ്ങളോളം അവിസെന്നയുടെ തത്ത്വശാസ്ത്രം പഠിപ്പിച്ചു. അദ്ദേഹം ജനിക്കുകയും ഏറെക്കാലം പ്രവർത്തിക്കുകയും അന്ത്യവിശ്രമം ചെയ്യുകയും ചെയ്യുന്ന നിഷാപൂരിലെ മാസോളിയം, ഇറാനിയൻ വാസ്തുശാസ്ത്രത്തിന്റെ മാസ്റ്റർ പീസാണ്. ഓരോ വർഷവും അനേകം ആളുകൾ ഇത് സന്ദർശിക്കുന്നുണ്ട്.

ഇറാനും അറബ് ഭാഷ സംസാരിക്കുന്ന പ്രദേശങ്ങൾക്കും വെളിയിൽ തന്റെ കൃതികളുടെ പരിഭാഷകളിലൂടെയും മറ്റു പ്രതിഭാശാലികൾ നടത്തിയിട്ടുള്ള പരാമർശങ്ങളിലൂടെയും അദ്ദേഹം പ്രശസ്തി നേടി. ഇംഗ്ലീഷ് പണ്ഡിതനായ തോമസ് ഹൈഡും എഡ്വേർഡ് ഫിറ്റ്സ് ജറാൾഡും കിഴക്കും പടിഞ്ഞാറും അദ്ദേഹത്തെ പ്രശസ്തനാക്കി.

ഇന്നത്തെ ഉത്തര അഫ്ഗാനിസ്ഥാനിൽപ്പെടുന്ന ബൾഖിലാണ് ഒമർ ഖയ്യാം തന്റെ ശൈശവം പിന്നിട്ടത്. ഷേയ്ഖ് മുഹമ്മദ് മൻസൂറിയായിരുന്നു അദ്ദേഹത്തിന്റെ പ്രമുഖ അദ്ധ്യാപകൻ. പിന്നീട് ഖോർസാൻമേഖലയിലെ മഹാനായ അദ്ധ്യാപകനായ ഇമാം മോഖാഫക് നിഷാപുരിയുടെ കീഴിൽ വിദ്യാഭ്യാസം നേടി. അശ്രാന്തപരിശ്രമിയായ ഒമർ ഖയ്യാം പകലുകളിൽ ആൾജിബ്രയും ജ്യോമട്രിയും പഠിപ്പിക്കുകയും വൈകുന്നേരങ്ങളിൽ മാലിക് ഷാ ഒന്നാമന്റെ സദസ്സിൽ ഉപദേശകനായി പ്രവർത്തി

ക്കുകയും ചെയ്തു.

ഗണിതശാസ്ത്രത്തിൽ അദ്ദേഹം രചിച്ച *എക്സ്പ്ലനേഷൻസ് ഓഫ് ദി ഡിഫിക്കൾട്ടീസ് ഇൻ ദി പോസ്റ്റുലേറ്റ്സ് ഓഫ് യൂക്ലിഡ്സ് എലിമെന്റ്സ്* ഖ്യാതി നേടി.

ആ കാലഘട്ടത്തിലെ മിക്ക ഗണിത ശാസ്ത്രജ്ഞരെയും പോലെ ഒമർഖയ്യാമും വാനശാസ്ത്രജ്ഞനായിരുന്നു.

ഇറാനിയൻ കലണ്ടർ പരിഷ്കരിക്കുന്നതിന് സുൽത്താൻ മാലിക് ഷാ ഒന്നാമൻ ഏർപ്പെടുത്തിയ പാനലിൽ ഖയ്യാം അംഗമായിരുന്നു. 1079 ൽ ജലാലി കലണ്ടർ ഉണ്ടായി. 20-ാം നൂറ്റാണ്ടുവരെ ഇറാനിൽ ഈ കലണ്ടർ നിലവിലുണ്ടായിരുന്നു. ആധുനിക ഇറാൻ കലണ്ടറിന്റെ അടിസ്ഥാനം ഇതാണ്.

ഒമർ ഖയ്യാം മഹാനായ ഒരു കവിയായിരുന്നു. *റുബായിയത്ത്* മഹത്തായ കവിതയാണ്. റുബായിയത്തിന്റെ ഇംഗ്ലീഷ് പരിഭാഷ അദ്ദേഹത്തെ പാശ്ചാത്യലോകത്ത് ആദരണീയനാക്കി. അനേകം ഭാഷകളിലേക്ക് പിന്നീട് ഇതു പരിഭാഷപ്പെടുത്തപ്പെട്ടിട്ടുണ്ട്. അവയിൽ ഏറിയ പങ്കും പേർഷ്യനിൽനിന്നും നേരിട്ടാണ് ചെയ്തിരിക്കുന്നത്.

പ്രസാധകക്കുറിപ്പ്

വന്നാലും
ഈ മധുചഷകം നിറച്ചാലും
വസന്തമാകുമീ ചെന്തീയിൽ
പശ്ചാത്താപത്തിന്റെ ശിശിരമേലങ്കികൾ
പൊഴിച്ചാലും
കാലമാകുമീ പക്ഷിക്ക് ചിറകുവിടർത്താൻ
ക്ഷണിക ദൂരം മാത്രം
ഇതാ ആകാശത്തേക്ക്
ചിറകുനീർത്തിക്കഴിഞ്ഞു.

ഈ വിശ്വോത്തര ക്ലാസിക്കിന്റെ ഏറ്റവും പുതിയ മലയാള വിവർത്തനം വായനക്കാർക്കു മുന്നിൽ സന്തോഷത്തോടെ അവതരിപ്പിക്കുന്നു.

ചിന്ത പബ്ലിഷേഴ്സ്

ആമുഖം

ജലമായും പിന്നെ കാറ്റായും ഖയ്യാം

ഒമർ ഖയ്യാമിന്റെ കാവ്യപൈതൃകം തൊട്ടുനില്ക്കുന്നത് അന്ധനായ കവി അബ്ദുൽ അഅ്ലാ മഅരിയോട് ആണെന്നാണ് നിരൂപകമതം. മഅരിയുടെ കവിതകൾ ജീവിതത്തെ നോക്കിക്കാണുന്നത് അഗാധമായ ദുഃഖബോധത്തോടും അസ്തിത്വ വ്യഥയോടും കൂടിയാണ്.

“എന്റെ മാതാപിതാക്കൾ ചെയ്ത
ഒരു കർമ്മഫലമാണു ഞാൻ
ഞാനത് ആരോടും ചെയ്തിട്ടില്ല”
എന്നുവരെ മഅരി എഴുതിപ്പോകുന്നുണ്ട്. അതേ അവസരം
“നിങ്ങൾ മണ്ണിലൂടെ സാവധാനം നടന്നുപോവുക
പറ്റുമെങ്കിൽ കാലുകൾ
ഇത്തിരി പൊക്കിപ്പിടിച്ച് പറക്കാൻ ശ്രമിക്കുക.
നിങ്ങളുടെ കാൽച്ചുവട്ടിലെല്ലാം
പൂർവ്വികരുടെ അസ്ഥികൂടങ്ങൾ കണ്ടേക്കാം”

എന്നും അദ്ദേഹം എഴുതുകയുണ്ടായി. വിശ്വാസികൾ ഭൂമിയിലൂടെ വിനയാന്വിതരായി നടക്കുന്നവരാണെന്ന ഖുർആനിക കാഴ്ചപ്പാടിനെ സർഗ്ഗാത്മകതയുടെ മാന്ത്രികതയാൽ പ്രകാശിപ്പിക്കുകയാണ് മഅരി എന്ന് ഒരാൾക്ക് തോന്നിപ്പോകുന്നുവെങ്കിൽ അത്തരം ആഴങ്ങളും കവിതയുടെ ആനുഭൂതിക തലങ്ങളാണെന്ന് സമ്മതിക്കേണ്ടിവരും.

പേർഷ്യയിലെ ഇസ്ഫഹാൻ പട്ടണത്തിൽ ഒരു വാനനിരീക്ഷണകേന്ദ്രം സ്ഥാപിക്കാൻ മാലിക്ഷാ എന്ന ഭരണാധികാരി ചുമതല

യേല്പിച്ച അബ്ദുൽ ഫതാഹ് ഖയ്യാം എന്ന ശാസ്ത്രജ്ഞനാണ് പില്ക്കാലത്ത് ജീവിതനിഷേധികളും ജീവിത സ്നേഹികളും ഒരുപോലെ ആഘോഷിച്ച മഹാകവി ഒമർഖയ്യാം.

"കുടിക്കുമ്പോൾ ജ്ഞാനികൾക്കൊപ്പം കുടിക്കുക;
"അല്ലെങ്കിൽ ആത്മസഖിക്കൊപ്പം അന്തിനേരത്താവുക"

-റുബായിയത്ത്

വീഞ്ഞ് കുടിക്കുമ്പോൾ അത് ഹൃദയവേദനകളെ ഇല്ലാതാക്കുന്നുവെന്നും ശാന്തിയുടെ ദിവ്യസ്പർശനം പകർന്നു തരാനതിനാകുമെന്നും *റുബായിയ*ത്തിൽ അനുവാചകൻ കണ്ടെത്തുന്നു. ഇസ്ലാമിക സംസ്കൃതിക്ക് മുമ്പ് അറേബ്യയിൽ ഉണ്ടായിരുന്ന ഇംറുൽ ഖൈസിനെ പോലെയുള്ള കവികളുടെ തുടർച്ചയല്ല, നിശ്ചയമായും ഖയ്യാമിന്റെ മധുചഷകമൊഴികൾ. അതുല്യമായ പ്രകൃതി നിരീക്ഷണവും അസ്തിത്വബോധവും ഒന്നായി ഉണർന്ന് സൃഷ്ടിക്കുന്ന ഉന്മാദത്തിന്റെ ഏറ്റുപറച്ചിലുകളാണവ. വീഞ്ഞും തരുണികളും *ഖുർആനി*ലെ സ്വർഗ്ഗ ചിത്രീകരണത്തിൽ നിരന്തരം ആവർത്തിക്കപ്പെടുമ്പോൾ ആത്മദാഹത്തിന്റെ കണ്ണിലൂടെ അതിനെയെല്ലാം പവിത്രമായ കാഴ്ചകളായി കാണാൻ ഒരാൾക്ക് കഴിയും. അത്യഗാധമായ പ്രാപഞ്ചിക സത്യങ്ങളെ പ്രകാശിപ്പിക്കാൻ പ്രതീകങ്ങൾ മാത്രമാണ് നിദാനം. ഖുർആനിലൂടെ ജീവിതാർത്ഥം തേടുന്ന ഒരു കവി മനസ്സിന് ഏതറ്റങ്ങളിലും തന്റെ ആത്മാവ് പിടയുന്നുവെന്ന തോന്നലുണ്ടാകും. ദൈവം തന്റെ ആത്മബോധത്തിന് അനുവദിക്കുന്ന ഒരു സ്വതന്ത്രവിഹായസ്സിൽ അയാളപ്പോൾ പറന്നുതുടങ്ങുന്നു. ആ പറക്കലിൽ കാണുന്ന ദൃശ്യങ്ങളെ അനുഭവത്തിന്റെ തീക്ഷ്ണതയിൽ പതപ്പിച്ച് പാകപ്പെടുത്തി അഴകുള്ള തളികകളിലൂടെ വിളമ്പിത്തുടങ്ങുകയാണയാൾ. ഖയ്യാമിന്റെ വീഞ്ഞുകോപ്പകൾ അങ്ങനെ പിറവികൊണ്ടതാണെന്ന് നിരീക്ഷിക്കാൻ ഒരു കാവ്യാന്വേഷകന് പൂർണ്ണ സ്വാതന്ത്ര്യമുണ്ട്.

ഖയ്യാം വായനക്കാരന്റ മുൻപിൽ അതിരുകളില്ലാത്ത ജീവിത സ്നേഹത്തിന്റെ അനേകമനേകം വാതിലുകളാണ് തുറന്നിടുന്നത്. വീഞ്ഞിനെക്കുറിച്ചും പെണ്ണിനെക്കുറിച്ചും പാടുന്ന ഖയ്യാമിന്റെ ആദ്യപദം ഉണരുക എന്നാണ്. നമ്മളെല്ലാം ഉറങ്ങുകയാണെന്നും അതിൽ നിന്നും ഉണർന്നാലേ കാണേണ്ടതെല്ലാം അതിന്റെ യഥാർത്ഥ സ്വഭാവത്തിൽ കാണാനാവൂയെന്നും ഖയ്യാം ധ്വനിപ്പിക്കുകയാണിവിടെ. അപ്പോൾ വീഞ്ഞുകോപ്പ നമ്മുടെ ശരീരമാവുകയും വീഞ്ഞ് നമ്മുടെ ആത്മാവായി മാറുകയും ചെയ്യും. ആത്മാവുണർന്ന് ലോകത്തെ കാണുമ്പോൾ ദിവ്യമായ ഉന്മാദത്തിന്റെ വർണ്ണനാതീതമായ തലം അനുഭവപ്പെട്ടുതുടങ്ങും. ജീവിത നിരാകരണത്തിന്റെ രസതന്ത്രമല്ലാ ഇത്. മറിച്ച് മുഴുവൻ

യാഥാർത്ഥ്യത്തിലും ജീവിതത്തെ സ്വീകരിച്ചിരുത്തുകയാണ്. ഒട്ടും കാപട്യമില്ലാതെ ഇങ്ങനെ ചെയ്യുമ്പോൾ ഒരാൾ ഉന്മത്തനാവുമെന്നതിൽ സംശയമില്ല. ഈ ലഹരിയിലാണ് ഖയ്യാം പാടുന്നത്.

"ജലമായി വന്നു ഞാൻ
കാറ്റായി പോകുന്നു ഞാൻ"

ഉണർച്ചയുടെ അപാരത അനുഭവിച്ചവനറിയാം താനൊരു തുള്ളിജലമായിരുന്നെന്ന്. അവനറിയാം പ്രാണവായുവിന്റെ അനന്തതയിൽ ലയിച്ച് അടുത്തനേരം ഇവിടുന്ന് പോകേണ്ടിവരുമെന്ന്. ഖയ്യാം ജലത്തിനും വായുവിനും ഇടയിലെ ഹ്രസ്വജീവിതത്തെ ഉണർച്ചയുടെ പാഠങ്ങളാൽ വായിച്ചെടുക്കുകയാണ് *റുബായിയത്തിലൂടെ.*

ഹിന്ദുക്കുശ്മലയുടെ താഴ്വാരത്ത് വളർന്നുവന്ന സൂഫി ഖാൻഖാഹിലെ ഒരു ഗുരു തന്റെ പുതിയ ശിഷ്യന്മാരോടെല്ലാം ആദ്യം ആവശ്യപ്പെടുന്നത് ഖയ്യാമിന്റെ കവിതകൾ വായിച്ച് ധ്യാനിക്കാനായിരുന്നുവെന്ന് ഇദ്‌രീസ്ഷാ ആധികാരികമായി പറയുന്നുണ്ട്. ഒരിക്കൽ മൂന്ന് പുതിയ ശിഷ്യന്മാർ ഖാൻജാൻ എന്ന ഗുരുവിന്റെ അടുത്തെത്തിയപ്പോൾ അവർക്കെല്ലാവർക്കും ഖയ്യാമിന്റെ കവിതകൾ അദ്ദേഹം നല്കി. തുടർന്ന് ഒരാഴ്ചക്കകം കവിതകൾ വായിച്ച് ധ്യാനിക്കാൻ ആവശ്യപ്പെട്ടു. അങ്ങനെ ചെയ്ത ശിഷ്യരോട് ഗുരു അവരുടെ പ്രതികരണം തേടി. ഒരാൾ പറഞ്ഞു: "അത്യഗാധമായ സത്യങ്ങളാൽ സമ്പന്നമാണ് ഈ കവിതകൾ. കാര്യങ്ങളെ പുതിയ രീതിയിൽ ചിന്തിക്കാൻ അവ എന്നെ നിർബ്ബന്ധിക്കുന്നു." എന്നാൽ മറ്റൊരാൾ പറഞ്ഞത്, "കവിതകൾ വായിച്ചപ്പോൾ അരാജകവാദിയായ ഒരു നിഷേധിയെ എനിക്ക് കണ്ടെത്താനായി" എന്നാണ്. മൂന്നാമന്റെ അഭിപ്രായം, "അനാവരണം ചെയ്യപ്പെടേണ്ട ധാരാളം ദുരൂഹതകൾ ഈ കവിതകളിൽ ഒളിഞ്ഞിരിപ്പുണ്ട്" എന്നതായിരുന്നു. ആദ്യത്തെയാളെ ഗുരു ശിഷ്യനായി സ്വീകരിക്കുകയും രണ്ടാമത്തെയാളെ പറഞ്ഞയക്കുകയും, മൂന്നാമനോട് ഒരാഴ്ചകൂടി കവിതകൾ ധ്യാനിക്കാൻ നിർദ്ദേശം കൊടുക്കുകയും ചെയ്തു. സൂഫികളിൽ ഖയ്യാമിന്റെ സ്ഥാനമെന്താണെന്നറിയാൻ ഈ സംഭവകഥ ഏറെ ഉപകരിക്കും. ധ്യാനത്തന്റെ നിലവാരമനുസരിച്ച് *റുബായിയത്ത്* വിനിമയം ചെയ്യപ്പെടുന്നതിന്റെ പൊരുളും ഇതിൽ വ്യക്തം. പരമഹംസസ്വാമി യോഗാനന്ദയുടെ വ്യാഖ്യാനത്തിൽ ഖയ്യാം പറയുന്ന പ്രഭാതം ആത്മാവിന്റെ പ്രഭാതമാണ്. രാത്രിയെന്നത് അന്ധകാരത്തിന്റെ പ്രതീകവും താരങ്ങൾ ഭൗതികത്വരയുടെ ചിത്രീകരണവും കിഴക്കിന്റെ വേട്ടക്കാരൻ എന്ന പ്രയോഗം പൗരസ്ത്യ ദാർശനികതയേയും സൂചിപ്പിക്കുന്നു. ആദ്ധ്യാത്മികമായി ഖയ്യാമിനെ നമ്മുടെ കാലത്ത് ആഴത്തിൽത്തന്നെ വായിച്ചെടുക്കാമെന്ന് സൃഷ്ടിപരമായി തെളിയിച്ച അമൂല്യ കൃതിയാണ് പരമഹംസ യോഗാനന്ദയുടേത്.

മരണത്തിന് ഇത്തിരി മുമ്പേ ഖയ്യാം കുറിച്ചിട്ടു ഇങ്ങനെ:
"ദൈവമേ;
എനിക്കാവുന്ന രീതികളെയെല്ലാം
ഞാൻ നിന്നെ അറിയാൻ ശ്രമിച്ചു.
എന്നിട്ടും
നിന്നെയറിയുന്ന
എന്റെ മൊഴികൾ
എത്ര പരിമിതം.
എനിക്ക് പൊറുത്തുതരിക.

കെ ടി സൂപ്പി

ഇതാ കിഴക്കുണർന്നിരിക്കുന്നു.
ഇരുളിൻ കരിമ്പടത്തിനുള്ളിൽ നിന്ന് പലായനം
ചെയ്ത നക്ഷത്രങ്ങൾക്കൊപ്പം
ആദിത്യനിതാ വാനിൽനിന്ന് രാവിനെ
ആട്ടിപ്പായിച്ചിരിക്കുന്നു.
വീഞ്ഞുപോലെ, തീക്ഷ്ണമാം ശോണരശ്മികളാൽ
ആദിത്യനിതാ രാജഗോപുരത്തിൻ നേരെ
കിരണാസ്ത്രങ്ങൾ ചൊരിയുന്നു.

ആലക്തികപ്രഭയാൽ ചുറ്റപ്പെട്ട പ്രഭാതനഭസ്സിൽ
സ്പർശിക്കാനാകാതെ
നീ എന്തേ വിതുമ്പിക്കിടക്കുന്നു.
നിദ്രവിട്ടുണർന്നാലും.
ജീവിതമാകുമീ മധുപാത്രം നീ കരങ്ങളിലേന്തിയാലും.

കോഴികൂവുന്നിതാ പൊന്നുഷസ്സിൻ വാതുക്കൽ
നിന്നുകൊണ്ടവർ വിളിച്ചുപറയുകയായ്.
ഇനി കവാടങ്ങൾ തുറന്നാലും. ഈ മധു ഞങ്ങൾ
നുകരട്ടെ. എത്രക്ഷണികമീ കടന്നുപോകും കാലം.
ഇനിയീയാത്രയ്ക്ക് മടക്കമില്ലെന്നറിയുക.

പുതുവത്സരമിതാ
പൂർവ്വജന്മസ്മൃതികളെയാകെ തഴുകിയുണർത്തുന്നു.
എന്നന്തരാത്മാവ്
ഏകാന്തതയോട് സല്ലപിക്കുന്നു.
ശ്വേത കരങ്ങളാൽ
മോശതൊട്ട ഹരിതനികുഞ്ജങ്ങൾ
ഇതാ, ഇവിടാകെ ഈശോയുടെ പുതുനിശ്വാസ
സുഗന്ധവീചികൾ.

ഇതാ,സ്വന്തം പനിനീർപ്പൂക്കളുമായി
ഇറം കടന്നുപോയിരിക്കുന്നു.
സപ്തരത്നഖചിതമാം മോതിരമണിഞ്ഞ
ജംഷിദ സ്വർഗ്ഗവാനിലൂടെ ഒഴുകി മറഞ്ഞിരിക്കുന്നു.
മുന്തിരിവള്ളികളിൽ നിന്നൂർന്ന
രക്തത്തുടിപ്പുകൾ
അവ മധുവീഞ്ഞിൽ അലിയാതെ അലിയുന്നു.
സ്മൃതി സാന്ദ്രമാം നദീതീരം
അത് എത്രമേൽ സുഗന്ധ പൂരിതം.

ദാവീദിൻ രാഗാധരങ്ങൾ നിശ്ശബ്ദം
വിളറിപ്പോയ കവിൾത്തടങ്ങൾ ചോപ്പിക്കുവാനായി
ഇതാ രാപ്പാടി ദേവഭാഷയിൽ പാടുന്നു.
ഈ തുടുത്ത വീഞ്ഞു കുടിച്ചാലും
ചുവക്കട്ടെ ചാരു കവിൾത്തടങ്ങൾ.
ചെമ്പനീർപ്പൂവിനോടായി രാപ്പാടി
വീണ്ടും വീണ്ടും പാടുകയായി.

വന്നാലും.
ഈ മധുചഷകം നിറച്ചാലും
വാസന്തമാകുമീ ചെന്തീയിൽ
പശ്ചാത്താപത്തിന്റെ ശിശിരമേലങ്കികൾ
പൊഴിച്ചാലും.
കാലമാകുമീ പക്ഷിക്ക് ചിറകുവിടർത്താൻ
ക്ഷണികദൂരം മാത്രം.
ഇതാ, അത് ആകാശത്തേക്ക് ചിറകുനീർത്തിക്കഴിഞ്ഞു.

കാണുവിൻ
അമൃത സുഗന്ധിയാം പനിനീർപ്പൂവുകൾ.
സുശോഭിതസുന്ദര പ്രഭാതങ്ങൾ
കൊഴിഞ്ഞുവീഴുംമുൻപ്
പിറവിക്ക് കാരണമായവന്റെ അന്ത്യചുംബനം
ഇതുതന്നെയല്ലോ ജംഷിദനെയും
കായ് ഖുബാദിനെയും കവർന്നുകൊണ്ടുപോയ
നിയതി.

കായ്ഖുസ്രു
കായ് ഖുബാദ്
ഇരുവരെയും മൃത്യുകവർന്നുകൊണ്ടു പോകട്ടെ.
അവരുമായി നമുക്കെന്താത്മബന്ധം
വിധിയുടെ പോരാട്ടം ദുസ്തം നയിക്കട്ടെ.
നതീം അതിഥികളെ സൽക്കാരത്തിനു ക്ഷണിക്കട്ടെ
ഹോ, നാമെന്തിനു അവരുടെ വാക്കുകളിൽ
വിലയർപ്പിക്കുന്നു.

ഉർവ്വരകാന്തിയെയും
ഈ സസ്യഭൂവിനെയും
പർവ്വത ഭൂമിയെയും
അതിരായ് നിന്നിടും ഈ പുൽമേട്ടിൻ
നടവഴിയിലൂടെ
എന്നെ പിൻതുടരുവിൻ.
രാജാവിന്റെയും ഭൃത്യന്റെയും
നാമമുദ്രകൾ എന്നേ വിസ്മൃതിയിലാണ്ടു പോയിരിക്കുന്നു.
ഒന്നുമാത്രം ശാശ്വതം
സുൽത്താൻ മാമൂദ്.
അവനല്ലോ സുവർണ്ണ സിംഹാസനത്തിൽ
നിത്യം വിരാജിപ്പൂ.

വൃക്ഷചാരുതയ്ക്ക് ചാരെ
പ്രണയാർദ്രമാമൊരു കാവ്യപുസ്തകം,
തുളുമ്പിടും മധുചഷകം,
രുചികരമാം അല്പഭക്ഷണം
എന്നരികിലായ് നീയും
നിൻ ഗാനമരന്ദവും
ഉണ്ടെങ്കിലേതു ഏകാന്തതയും
എനിക്ക് പറുദീസയല്ലോ.

നിത്യകീർത്തിക്കായ് ഭൂമിയിൽ
ചിലർ യത്നിക്കുന്നു.
മറ്റു ചിലർക്കാകട്ടെ, ലക്ഷ്യം പറുദീസയാണ്.
പ്രതീക്ഷനല്കും മോഹനവാഗ്ദാനങ്ങൾ
ഉപേക്ഷിച്ചാലും.
കരഗതമാകുമീ സമ്മാനങ്ങൾ സൂക്ഷിച്ചാലും
വിദൂരസംഗീതത്തിന് കാതുകൊടുക്കായ്ക.

അരികിൽ വിടർന്നാടി നില്ക്കുമീ
പനിനീർപ്പൂവ് മൊഴിയുന്നു
മന്ദസ്മിതത്താൽ ഞാനീ പ്രപഞ്ചത്തെ
മധുചഷകമാക്കും
പട്ടുനൂൽക്കെട്ടഴിച്ച് ഞാനീ
ധനമെല്ലാം ഉദ്യാനത്തിൽ സമർപ്പിക്കുകയും ചെയ്യും.

ആനന്ദഹൃത്തിന്നുള്ളിൽ
തപിക്കും ജീവിതം
ആസ്വദിച്ചുതന്നെ തീർക്കണം.
സ്വർഗ്ഗത്തെവിശ്വസിക്കേണ്ടതില്ല
മൃത്യുവിനൊപ്പം പരലോകം പൂകീട്ട്
എന്താനന്ദം?

സ്വർഗ്ഗത്തിൻ കഥയാർക്കറിയാം
സുഖദ സ്പർശം എന്നാരോ മൊഴിയുന്നു.
ആരും ഇതുവരെ കണ്ടിട്ടില്ലാത്തൊരു
ലോകത്തിൽ
വിശ്വാസത്തിനെന്തു മൂല്യം?

ചിത്തത്തിൽ
മൊട്ടിട്ട ലൗകിക മോഹങ്ങൾ
പൂവണിയാം
ചിലപ്പോൾ വെന്തുവെണ്ണീറാകാം.
മരുഭൂവിൻ തല്പത്തിൽ മിന്നുന്ന
ഹിമബിന്ദുക്കൾപോലെ
എത്രക്ഷണികം.
എല്ലാം മാഞ്ഞുപോയേക്കാം.

ജാംഷിദ് രാജാധിരാജനായ് വാണ
കോട്ടയ്ക്കുള്ളിലിപ്പോൾ
സിംഹവും ഗൗളിയും വാഴുന്നു.
പോരാളിയാം ബെഹ്റോന്റെ ശിരസ്സിനു
മുകളിലൂടൊരു കാട്ടുകഴുതയുടെ അലസ ഗമനം.

പ്രിയേ,
ഇന്നലെകളിലൂടെ
നാളെയുടെ സ്നേഹങ്ങളിലൂടെ
നമുക്ക് ഇന്നിനെ വിമോചിപ്പിക്കാനുതകുന്ന
പാനപാത്രം നിറച്ചാലും.
നാളെയെന്ത്?
ഭക്തിയും സുഖദസ്വപ്നങ്ങളും
ചേർത്തുവച്ച് ഞാൻ ഇന്നെലെയുടെ
മന്വന്തരങ്ങളുമായി കഴിഞ്ഞു കൊള്ളാം.

എനിക്കൊന്നുമറിയില്ല
അറിഞ്ഞതിൻപാതി എത്ര തുച്ഛം.
സ്നേഹത്തിൻ സമൃദ്ധിതേടും സത്യം.
അതാകട്ടെ,
എന്റെ കോപാഗ്നിയിൽ വെന്തുനീറുന്നു.
മധുശാലയിലാകെ ദീപപ്രപഞ്ചം
അതെത്ര മോഹനീയം
ദേവാങ്കണങ്ങളിൽ നിറയും.
ആർദ്രസുന്ദരദീപനാളങ്ങൾ

മൃൺമയമീ ശരീരം
അതിൽ നിന്നല്ലോ ദൈവം മനുഷ്യനെ സൃഷ്ടിച്ചു
ആദിപ്രപഞ്ചകിരണങ്ങളാൽ
ശോഭിതമീ സൃഷ്ടി
ഹേ, കരുണാമയനേ, നിന്റെ വെളിച്ചം
കെട്ടുപോകരുതേ.

വഴിയറിയാനാകുന്നില്ല
എങ്കിലും മധുശാലയിലേക്ക് നീളുന്നൊരുവഴി
നക്ഷത്രവെളിച്ചത്തിൽ കാണാം.
വാതുക്കൽ നിന്നവൾ ക്ഷണിക്കയായ്
വരൂ, അനശ്വരതയുടെ വീഞ്ഞു കുടിക്കാം
വരൂ, സമുദ്രത്തിലേക്ക് നീങ്ങുന്ന ഈ വഴി
നാഥന്റെ പാദസ്പർശത്താൽ അനുഗ്രഹീതം.
അവനെക്കുറിച്ച് ആകാശപഥത്തിലെ
നഗ്നനക്ഷത്രം പാടുന്നത് കേൾക്കുന്നില്ലേ
നാഥാ, സുൽത്താന്മാരൊഴിഞ്ഞ ഈ അതിഥി മന്ദിരം
നീ കാണുന്നില്ലേ
സൃഷ്ടിയുടെ ജ്വലനവേഗങ്ങളിൽ
രൂപഭാവങ്ങളിൽ
എല്ലാറ്റിനുമപ്പുറം
സ്നേഹവിശുദ്ധിയുടെ കാവല്ക്കാരൻ
നാഥാ, നാഥാ......

എന്റെ നാഥാ
നിന്നെക്കുറിച്ച് ഒന്നും പറയുവാനാകാതെയീ ഭൂമി.
വിഷാദത്താൽ കൂമ്പിപ്പോയ ചെങ്കടൽ.
രാപ്പകലുകളുടെ കരങ്ങളിൽ
ഒളിഞ്ഞിരിക്കുകയും ഇടയ്ക്കിടെ മുഖം കാട്ടുകയും
ചെയ്യുന്ന അങ്ങയെക്കുറിച്ച്
ആകാശം പോലും മൗനം പാലിക്കുന്നു.

ആത്മാവിൽ തുളുമ്പി നില്ക്കും പ്രണയാഗ്നി
ആരുതെളിയിക്കും?
നിത്യമാം സത്യദീപത്തിന്റെ എഴുന്നെള്ളത്ത്.
ഉള്ളിന്റെ ഉള്ളിലെ ക്രോധത്തെ
ശമിപ്പിച്ചാലും.
ജ്ഞാനദീപത്താൽ ഹൃദയം
പ്രകാശമാനമാകട്ടെ.

ആത്മപ്രണയിനീ,
ഈ അസ്തമയം എത്ര ശാന്തം.
ഹരിത തപോവനത്തിൽ അതിഥികൾക്കൊപ്പം
നീയും പങ്കുചേരുന്നുവോ
അഴകേറും ദിവ്യപ്രണയത്താൽ നീ
പ്രപഞ്ചത്തെ വാരിപ്പുണർന്നുവല്ലോ.
മന്ദമാരുതലീലയിൽ അലസമൊഴുകും
ഈ നദീമുഖം എത്രവിജനം.
നീ നിന്റെ മധുപാത്രം ഇതിലൊഴുക്കിയാലും.

ജീവിതമെത്ര ക്ഷണികം
ആനന്ദിപ്പിൻ; ആനന്ദിപ്പിൻ.
സുഖങ്ങൾ എത്ര നിസ്സാരം
ദൈവഹിതത്താൽ കരഗതമാമം
ഈ ജീവിതമെത്രക്ഷണികം
ആനന്ദത്താൽ അതിനു ആയുസ്സു നല്കിയാലും.

ഭയപ്പെടേണ്ടതില്ല.
മരണത്തോടെ എല്ലാം വീണ്ടും സമാരംഭിക്കുന്നു.
ഒന്നും കൊഴിഞ്ഞുപോകുന്നില്ല.
ജന്മമൃത്യുവൊഴിഞ്ഞൊരു നിമിഷമില്ലെന്നറിയുക.
നിത്യനായ ദൈവമിതാ
സഹസ്രകോടി ജീവനെ സൃഷ്ടിച്ചുകൊണ്ടേ ചിരിക്കുന്നു.

രഹസ്യം തേടായ്ക
അതു നിഷ്ഫലം.
പൂവിനെപ്പോൽ എത്ര ഹൃദ്യസുന്ദരമീ ജീവിതം.
അതിനുപിന്നാലെ അലഞ്ഞു തീരായ്ക.
സുഖാനുഭവങ്ങളോടെ ജീവിതത്തെ തേടുക
മായാദീപങ്ങളൊഴിഞ്ഞൊരീ ജീവിതമെത്ര ധന്യം.

ഇതാ ഇതുവഴിയേ നടന്നുപോയവരെത്ര
പണ്ഡിതർ, പ്രവാചകർ.
അഗ്നിചുമക്കുന്നോർ
എല്ലാവരും നിദ്രക്കൊടുവിൽ അജ്ഞാതമാം
മറ്റൊരു നിദ്രയെ അമർത്തി ചുംബിച്ചവർ.

നക്ഷത്രഖചിതമാം നഭസ്സിൻ ചാരുമണ്ഡപം.
അതിഥികളൊഴിഞ്ഞ പുൽത്തകിടി
മൗനം വളർന്നു വളർന്ന്
ഒരു ആനന്ദരംഗമായി മാറിയിരിക്കുന്നു.
പുഴയിലൂടൊഴുകിവരും ഈ മധുപാത്രം
കോരിക്കുടിക്കുന്നതാരാണ്?

എണ്ണിത്തീർക്കാനാകാത്തത്ര
നിഴൽചിത്രങ്ങൾ.
ആരുടെ? ആരുടെ?
പാതിരാവിൽ ഒറ്റപ്പെട്ടുപോയ ഈ നിഴൽ
ആരുടെതാണ്?
എന്റെ പ്രിയങ്കരനേ,
ഞാനെന്താണ് കരുതേണ്ടത്?
ചാരുതയാർന്ന ഈ നിഴൽ - നാഥാ,
അങ്ങയെപ്പോലെ പുഞ്ചിരിക്കുന്നല്ലോ.

എന്റെ വഴികൾ എത്ര ദുർബ്ബലം
ഇടുങ്ങിയതും ചെങ്കുത്തായതുമായ വഴികൾ
അതിൽ നിറയെ കെണികൾ.
കുതിരപ്പുറത്ത് ഞാൻ പാഞ്ഞുപോകവേ
മൂർച്ചകൾ കൊരുത്തെടുത്ത് ആരോ എന്റെ
തായ്‌വേരിനെ അറുത്തെടുക്കുന്നു.

എന്നന്തരാത്മാവിൻ മുറിവുണക്കിയാലും
എന്റെ പ്രവാചകഹൃത്തിനെ തലോടിയാലും
വെൺസുഗന്ധത്താൽ
എന്റെ നക്ഷത്രത്തെ ഉണർത്തിയാലും
സ്മൃതിയിൽ നിന്നൊരു കളിമൺ ശരീരത്തിന്
ജീവൻ നല്കിയാലും.

ജീവിതം ഒരു പുഴപോലെ ഒഴുകുകയാണ്.
എവിടെ പറുദീസയെയും നരകത്തെയും
വേർതിരിക്കുന്ന മണൽത്തിട്ട.
അതുമാത്രം ഞാൻ കണ്ടില്ലല്ലോ.
കാണുവാൻ മാത്രമായി നീ എന്തേ
അതുയർത്തിക്കെട്ടിയില്ല.

പാഴ്മണ്ണിനാൽ നീ എന്നെ സൃഷ്ടിച്ചു
തൊട്ടടുത്ത നിമിഷം
നീയെന്നെ തരിമണലാക്കുകയും ചെയ്തു.

എത്ര സുന്ദരമീ കാവ്യം
അതുപോലല്ലോ തുളുമ്പിനില്ക്കുന്നയീ യൗവനം.
ശരീരമാകുമീ തേന്മാവിൻകൊമ്പത്തിരുന്നുകൊണ്ട്
പ്രാണനെപ്പോലെ പാടിത്തിമിർക്കും പൊൻകുയിൽ.
ഞാനിതാ ആനന്ദത്തിനു പിന്നാലെ
ഓടിപ്പോകുന്നു.

സ്വർഗ്ഗം നോക്കി നില്ക്കുകയാണോ നിങ്ങൾ
എങ്കിൽ, ഞാനൊന്നു പറയട്ടെ
നിങ്ങൾ വിഢ്ഢിത്തമാണ് കാട്ടുന്നത്.

കളിമൺപാത്രങ്ങൾ മിണ്ടിപ്പറയുന്നു.
മണ്ണിൽ നിന്നു പിറവികൊണ്ടവ
വീണ്ടും മണ്ണിലേക്കു തന്നെ മടങ്ങിപ്പോകുന്നു.

ഈ ശരീരം മണ്ണുകൊണ്ടല്ലോ
നിർമ്മിച്ചിരിക്കുന്നു.
മൃതിയൊന്നുതൊട്ടാൽ പൊടിഞ്ഞു വീഴും
മൃൺശരീരം.
ഞാനത് കാറ്റിലും മഴയിലും പെട്ടുപോകാതെ
കൊണ്ടുനടക്കുന്നു

ഹേ, വിഷാദകാമുകാ
ഉണർന്നാലും.
നീയീ മധുചഷകം മൊത്തിക്കുടിക്കണം.
നിന്റെ കവിളുകൾ തുടുക്കട്ടെ.
ഹൃദയം സുഗന്ധപൂരിതമാകട്ടെ
നീ ആനന്ദചിത്തനാകട്ടെ.

ശില്പികളിതാ മണ്ണുകൊണ്ട്
പാത്രങ്ങളുണ്ടാക്കുന്നു. ഹേമന്തവായു
അതു ഉണക്കിയെടുക്കുന്നു. കാലം അതിനെ
അനശ്വരതയിലേക്ക് ഉയർത്തിപ്പിടിക്കുന്നു.
സമുദ്രം അതിനെ ഒഴുക്കിക്കളയുന്നു.

ഹേ, സ്വർഗ്ഗയാത്രികരേ
ഈ സമുദ്രതീരത്ത് ഒന്നു നിന്നാലും
നിങ്ങൾ ഭൂമിയുടെ ആനന്ദം മുഴുവനും മൊത്തിക്കുടിക്കുന്നുവോ?

സ്മൃതിഗന്ധത്താൽ
നിങ്ങൾ ഉന്മത്തരായിട്ടുണ്ടോ?
ആയുസ്സിനാൽ നിങ്ങൾക്കീ സമുദ്രത്തിൽ നിന്ന്
തുഴഞ്ഞുപോകാനാകുമോ?

ഗുപ്തസൗന്ദര്യം തേടും ചിപ്പി ഞാൻ.
എൻ സൃഷ്ടിയിലൂടെ ഞാനതിപ്പോഴും തേടുന്നു.
പ്രപഞ്ചത്തിൻ നിഗൂഢമാം
ഞരമ്പുകളിലൂടെ
ഒഴുകിയൊഴുകി ഹിരണ്മയരാഗം ചൂടിയ
ഈ പാനപാത്രത്തിൽ ഞാൻ ഒളിഞ്ഞിരിക്കുന്നു.

എത്രമോഹനമീ ചകിത നിലാവ്.
സമർപ്പണങ്ങളിൽ നിറയും ചഞ്ചല നിലാവ്.
ഒരു വാക്കുകൊണ്ടും നിറയ്ക്കാനാവുന്നില്ലല്ലോ
ഇതിൻ പനിനീർലഹരി കവർന്നെടുക്കാൻ.
എങ്കിലും ഞാൻ വിരലുകൾ ചേർത്തുവച്ച്
എഴുതുകയാണ്.

വെറുതെ
ഈ നീലനഭസ്സിലൂടെ
മണലാരണ്യത്തിലൂടെ
ഹേമന്തപുഷ്പം ചൂടിയ ഉദ്യാനങ്ങളിലൂടെ
ഈ ചാരുമിഴികളിലൂടെ
വെറുതെ വെറുതെ
അങ്ങനെ, അങ്ങനെ......

യൗവനത്തിൽ ഞാൻ
അവധൂതരെത്തേടി അലയുകയായിരുന്നു.
പണ്ഡിതന്മാർക്കൊപ്പം കഴിയുകയായിരുന്നു.
അവരുടെ വചനങ്ങളിൽ നിറയെ
അഗ്നിജ്ജ്വാലകൾ.
എന്റെ കേൾവിയെ അത് തീപിടിപ്പിച്ചു
ഇപ്പോൾ ഞാൻ
കയറിയ വാതിലിലൂടെ തന്നെ
പുറത്തേക്കിറങ്ങുന്നു.

വീഞ്ഞിന്റെ രുചിയറിയാത്തവർ
നിരനിരയായി മധുപാത്രമേന്തി നില്ക്കുന്നു.
എന്തിനാണവർ
ജീവിതത്തെ ഇങ്ങനെ ചുമന്നു നില്ക്കുന്നത്.

അടഞ്ഞവാതിലുകൾ
തുറക്കണമെന്നുണ്ട്
ഏതു താക്കോലിനാൽ ഇതുസാദ്ധ്യമാകും?
സമുദ്രം കടക്കണമെന്നുണ്ട്.
ഏതു പ്രതാപംകൊണ്ട് ഇതു സാദ്ധ്യമാകും?
അല്ലയോ നാഥാ, എന്നെ സമുദ്രത്തിലേക്ക്
തള്ളിയിടരുതേ.

നിത്യതേ,
രാജാവും അടിമയും കണ്ടുമുട്ടും നാളിൽ
ഞാനെന്റെ കുപ്പായം ആത്മാവിൽ നിന്ന്
അടർത്തി മാറ്റിത്തരാം

സ്മൃതികൾ ചുറ്റിലും
അവ മൃൺ പട്ടിനാൽ കൊരുത്തുകിടക്കുന്നു
ആരോ കമഴ്ത്തിക്കളഞ്ഞ മുന്തിരിച്ചാറുതേടി
മണലാരണ്യത്തിലൂടെ അലഞ്ഞുനടക്കുന്നു.

ആനന്ദനൃത്തം കൂടാൻ
അനുരാഗികൾ ക്ഷണിക്കയായ്
നിത്യവിസ്മയമാം ഈ രാവിലല്ലോ
നിങ്ങൾ മോക്ഷകവാടങ്ങൾ തുറന്നു പറക്കുന്നു
ദിവ്യസംഗീതധാരയിൽ
ഹൃദ്യമാം ഈ ആരാധനാലയം അലങ്കരിച്ചാലും.

കൂട്ടുകാരേ,
നിങ്ങൾ പാനോത്സവത്തിനു വരിക.
പാരിതോഷികങ്ങൾ നാളെയുടെ വാതുക്കലേക്ക്
എടുത്തുവച്ചാലും
മണൽപ്പരപ്പിൽ തുവർത്തിയിട്ട ശ്വേതവിത്തുകൾ
വിളഭൂമിയിലെ ഉർവ്വരമാകട്ടെ.

വഴിയാത്രക്കാരാ, നിങ്ങൾ പുറപ്പെട്ടിടത്തുതന്നെ
എത്തിച്ചേരും, കുടിനീരും തണലിടങ്ങളും
നിങ്ങൾക്ക് ആശ്വാസം പകരട്ടെ.
അരുതേ എന്നു പറയാനാകാത്തവിധം
ഹൃദയങ്ങളെ നിങ്ങൾ ചേർത്തിണക്കിയാലും.

ഉപേക്ഷിക്കപ്പെട്ട എത്രയെത്ര രാജാങ്കണങ്ങൾ
പുതുപുത്തൻ വസ്ത്രാഞ്ജലത്തിൽ
അഴകേറിയ യുവകേസരികൾ.
ആനന്ദകരം, ആനന്ദകരം.
ഒരുനാൾ ഇവിടമുപേക്ഷിച്ചു നമ്മൾ
ഭൂമിയ്ക്കടിയിലേക്ക് ആഴ്ന്നിറങ്ങി
ഖബറൊരുക്കണമല്ലോ.

എത്രപ്രലോഭനമീ ജലധാര
എൻ ആത്മനായികേ, വിഷാദത്താൽ
കൂമ്പിപ്പോയ നിന്റെ അളകങ്ങൾ എന്തേ
ഇത്രനേരം കഴിഞ്ഞിട്ടും വിടരുന്നില്ല.
പറുദീസയിലേക്ക് ഇനിയെത്രദൂരം
മന്ദഹാസത്താൽ നീ നിന്റെ കവിളുകൾ
ചുവപ്പിച്ചല്ലോ
ഇന്ദ്ര നീലക്കല്ലുപോലെ നീ വിളങ്ങുന്നുവല്ലോ.

ഉടഞ്ഞുവീഴും കനകവിഗ്രഹങ്ങൾ കണ്ട്
ആദിത്യനിതാ നിശ്ചലമായിരിക്കുന്നു.
കാഴ്ചയുടെ ഹിരണ്മയ രശ്മികളിലാകെ
നവചൈതന്യം.
വിഗ്രഹങ്ങളുടെ ചലനം
നക്ഷത്രങ്ങൾ കവിതമൂളുന്നു
സ്വരസിന്ധുവിൽ നിന്നുയരുന്നു
അമൃതതിരകൾ.

എത്ര വേഗത്തിലാണ് എന്റെ മൂല്യം നഷ്ടപ്പെട്ടത്
മറ്റുള്ളവർ കാൺകേ ഞാനെങ്ങനെ വിലപിക്കും
എന്റെ യശസ്സ്, അധികാരം, ആനന്ദം തുച്ഛമായ
വിലകൊടുത്ത് ആരൊക്കെയോ വാങ്ങിക്കൊണ്ടു പോയി.
ഒടുവിൽ ബാക്കിയായ ഈ മുന്തിരിക്കിണ്ണമേന്തി
തെരുവിൽ ഞാൻ യാചിച്ചു നടക്കുന്നു.

വിധി നടപ്പിലായിക്കഴിഞ്ഞു
എന്നെയും നിന്നെയും സൃഷ്ടിക്കാനായി
കുഴച്ച മണ്ണ് പുഴവന്ന് നക്കിത്തുടയ്ക്കുന്നു.
സൃഷ്ടിയുടെ സ്വരൂപം
അതിൽ നിന്നൂറുന്ന പ്രാണവായു
അന്ത്യമാം വിധി.
കീഴടങ്ങും മുൻപ് കുഴച്ച മണ്ണിലേക്കൊരു വിത്തിടട്ടെ.

അദൃശ്യനായ നായകാ,
മദിരോത്സവങ്ങൾ കഴിഞ്ഞിരിക്കുന്നു.
അനുരാഗികൾ ഒഴിഞ്ഞുപോയ അങ്കത്തട്ട്
സൃഷ്ടിയുടെ ജാലവിദ്യയാൽ നീയെന്നെ
ഇപ്പോഴും മോഹിപ്പിക്കുന്നല്ലോ.
പാപത്തിൻ വഴികളിലൂടെ
കണ്ണീരിൻ തെളിമയിലൂടെ
നീ എന്റെ ജീവിതമാകെ മധുചഷകമാക്കിയല്ലോ.

ഹേ, പ്രാണനാഥാ
സൃഷ്ടിയുടെ ആദിപ്രഭാതം നിറയെ
നീ കൊയ്തെടുത്ത ധാന്യ മണികൾ
വെറുതെ, മിഴിയിടറി കേഴുന്നതെന്തിന്
ആരുടെ വരവും പോക്കുമാണ് നീ തേടുന്നത്
ഹേ നാഥാ ഈ തിരശ്ശീലയ്ക്കുള്ളിൽ നാമെത്ര നിശ്ശബ്ദരാണ്
ആത്മാവ് മറഞ്ഞു കഴിഞ്ഞിട്ടും
നാമെത്ര നിശ്ശബ്ദരാണ്.

റമദാൻ പകലിതാ അസ്തമിച്ചു കഴിഞ്ഞു
ഒട്ടുനേരത്തെ ശാന്തിക്കുശേഷം
വീണ്ടുമിതാഘോഷം
ആനന്ദഘോഷം
പ്രാർത്ഥനയിലൂടൊഴുകിവരും ചന്ദ്രികാ രജനി
വിശിഷ്ടപാനീയം ഭൂമിയിലെ സൃഷ്ടികൾക്കായി
ഉയർത്തിക്കാട്ടിക്കൊണ്ട് സുൽത്താൻ പാടുകയായ്
പൊൻ കതിരുകൾ പിറക്കാൻ വൈകുന്നതെന്തേ?
പരാഗങ്ങൾ പൂത്തുവിടരാത്തതെന്തേ?

ഹിമബിന്ദുക്കളാലലങ്കരിച്ച മോഹനിലാവ്
പൊൻനൂലിലൂടൊഴുകിവരും ക്ഷണിക സൗന്ദര്യമേ
ഭാവനകൊണ്ട് ഈ മധുശാല അലങ്കരിച്ചാലും
എന്റെ ക്രോധം ശമിക്കട്ടെ
ദേവാലയങ്ങളിൽ നിന്ന് അനശ്വരതയെ
സ്തുതിക്കുന്ന ഗീതങ്ങൾ ചിറകുവിടർത്തട്ടെ.

മരണത്തിനുപിന്നാലെ നടന്ന്
അതിർത്തി കടന്ന്, അങ്ങനെ അങ്ങനെ
വിശ്രമിക്കേണ്ടേ?
പാദങ്ങൾ തളർന്നില്ലേ?
ഹേ, കറുത്ത ദ്വാരപാലകാ
അതിഥികൾക്ക് നല്കുന്ന വെളുത്തമുറി
എനിക്കായ് തുറന്നു തരിക.
എന്റെ സുൽത്താൻ നിദ്രവിട്ടുണർന്നു വരുന്നു
അതിർത്തികൾക്കപ്പുറം നിന്ന്
അവന് സ്വാഗതം പറയുന്നവരുടെ ശബ്ദം
എത്ര മധുരോദാരകം.

കനകമെന്തിനു കൂട്ടിവയ്ക്കുന്നു
എന്നാൽ ചിലർ കാറ്റിലേക്കത് പറത്തിക്കളയുന്നു
പുഞ്ചിരിച്ചുകൊണ്ടവർ
സ്നേഹത്തിന്റെ ഭാഷയിൽ പതിയെ എന്നോട്
മന്ത്രിക്കുന്നു.
പനിനീർപ്പൂവിനെ കണ്ടോ?
അതുപോലെ ഞാൻ പറത്തിക്കളഞ്ഞ
സ്വർണ്ണമണികൾ നാളെ കിളിർത്തുവരും
അതിൽ നിന്ന് ഹിരണ്മയ പുഷ്പങ്ങൾ വിടരും.

തളിർത്ത ചിറകുകളുമായി പറന്നെത്തിടും
സ്വർഗ്ഗകന്യകമാരേ
ഭൂമിയുടെ സ്നേഹത്തെ നിങ്ങൾ വാനോളം
പുകഴ്ത്തിയാലും.
എന്റെ പ്രണയമേ
നിത്യപ്രകാശത്താൽ ഈ മണ്ണും പ്രാണനും
ചേർത്ത് സൃഷ്ടി നടത്തിയാലും.
എന്റെ മൗനത്തെ ഉടച്ചു കളഞ്ഞാലും.

പരമാത്മരഹസ്യം തേടിപ്പോകും മുൻപ്
നിത്യാ നിത്യങ്ങളെക്കുറിച്ച് ആലോചിച്ചാലും
അകലങ്ങളെക്കുറിച്ച് ആലോചിച്ചാലും.
ജീവാത്മാക്കളുടെ ഇരിപ്പിടങ്ങൾ തേടിയാലും
ആദ്യാക്ഷരത്താൽ ഈ ഭൂമിയെ സ്തുതിച്ചാലും.

പാനോത്സവം.
എങ്ങും പാനോത്സവം
സത്യവും മിഥ്യയും ഊഴിയും ആഴിയും ഞാനും നീയും നിറയും
പാനോത്സവം
ചീത്തവൃത്തിയിൽ നിന്നൂറും സംഭ്രമങ്ങൾ.
പാനോത്സവം
എങ്ങും പാനോത്സവം

പാരിതോഷികങ്ങളുമായി വരും
രാവിതാ, വെളിച്ചത്തെ തേടി നടക്കുന്നു.
രാവിൻ ചിറകുകളിൽ അനശ്വരതയുടെ മഞ്ഞുതുള്ളികൾ.
പ്രപഞ്ചരാഗത്തിനൊത്ത്
അലസം മേഘങ്ങളുടെ ഒഴുക്ക്.
വിഷാദമൂകമാം രാവ് ആർദ്രതയോടെ
ആരെയോ തേടുകയായ്.

നരകഭീതിതൻ നിദ്രവിട്ടുണരാതെ
തപ്തമാനസർ
അന്ധകാരം.
അകത്തേക്ക് കടക്കുവാനാകാതെ വെളിച്ചം
പുറത്തുനിന്ന് വിളിച്ചുചോദിക്കുന്നു
ജീവിതനാടകം തീർന്നുവോ?
തിരശ്ശീലയ്ക്ക് തീപിടിച്ചുവോ?

ഭൂമിയിപ്പോൾ നിശ്ശബ്ദം
രാവ് അതിനൊപ്പം അലിഞ്ഞു ചേർന്നിരിക്കുന്നു.
കാറ്റിൻവിലോലമാം ചിറകിന്മേൽ
മഴയുടെ അലസ സഞ്ചാരം
എല്ലാം കരുതി വയ്ക്കുമ്പോഴും
സുൽത്താനും അടിമയും സ്വന്തം നിഴൽ
അളന്നു നടക്കുന്നു.

വിജനതീരം നിറയെ
മുന്തിരിവള്ളികൾ
അതിനുകുറുകെ ശിശിരച്ചിറകുകൾ
നറുവീഞ്ഞ് അലസം നുകർന്ന്
രാവ് മെല്ലെ കടന്നുവരുന്നു.
പകൽപ്പക്ഷികളേ, നിങ്ങൾ നിത്യശാന്തി
അർപ്പിക്കുക
വിജനതീരത്തെ മുന്തിരിവള്ളികളേ
നിങ്ങൾ
സമാധാനം നേരുക.

നമ്മുടെ വഴികൾ
അവസാനിച്ചിരിക്കണം.
ഇതാരറിയുന്നു
അറിയുന്നില്ലന്നോർത്ത് സങ്കടപ്പെടാതിരിക്കുക.
അറിയുന്നു എന്നോർത്ത് ആനന്ദിക്കാതിരിക്കുക.
അനശ്വരതയുടെ രാജാങ്കണത്തിൽ
നമ്മെപ്പോലെ ഇനിയും എത്രയെത്ര
സൃഷ്ടികൾ ഉണ്ടായിക്കൊണ്ടിരിക്കുന്നു.

മരുഭൂമിയിലിതാ ഒരു ജലധാര.
വഴിയാത്രക്കാർക്ക് ഉത്സാഹമായി
അതാകട്ടെ, പാദങ്ങൾക്കടിയിൽപ്പെട്ട്
ആകെത്തകർന്നുപോയൊരു പാഴ്ച്ചെടി
മെല്ലെ തലപൊക്കി ഉണർന്നുവരും പോലെ.

അകലെ പിറവികൊള്ളുന്ന
ചാന്ദ്രസുന്ദരിയിതാ
ഈ മേഘങ്ങൾക്കിടയിലൂടെ നമ്മെ തിരിയുന്നു.
ദേശാന്തരങ്ങൾ
ജനിമൃതികൾ
പുതിയ പിറവിയ്ക്കായുള്ള കാത്തിരിപ്പ്
വീണ്ടും പിറവിയെടുത്ത്
ഈ വാസന്താരാമമാകെ
നമ്മെത്തേടി അവൾ നടക്കില്ലേ?

ഈ കുഴമണ്ണിൽ നിന്നല്ലോ
പ്രാണശരീരത്തെ രൂപപ്പെടുത്തിയത്
അതിനുള്ളിൽ ജ്ഞാനത്തിന്റെ
നക്ഷത്രവർണ്ണോജ്ജ്വല രശ്മികൾ.
പറുദീസയിൽ
നിത്യാസക്തയാം ചോദനയെ സ്പർശിച്ച മാത്രയിൽ
മർത്ത്യ സാന്നിദ്ധ്യമാകെ ഇരുൾമൂടി
അങ്ങയുടെ പുതു സൃഷ്ടിയിൽ
എല്ലാം വീണ്ടും പ്രശോഭിതമാകട്ടെ

ആത്മാരാമം നിറയെ പുതുപൂക്കൾ
അവ യുവത്വത്തിന്റെ സുഗന്ധം
വാരിയണിഞ്ഞിരിക്കുന്നു.
കേളീവിപിനങ്ങൾവിട്ട്
നക്ഷത്രപ്പൊയ്കയിലേക്ക് നീന്തിവരുന്നതാരാണ്?
എല്ലാം കണ്ടുകൊണ്ടിരുന്ന
ഒരു പകൽപ്പക്ഷി
ദൂരേക്ക് പറന്നു പോകുന്നല്ലോ.

9 789384 445232

Printed by Libri Plureos GmbH in Hamburg,
Germany